அன்புடன்

....

அடம்செய விரும்பு

சத்ரியன்

அடம்செய விரும்பு

சத்ரியன் ©

முதல் பதிப்பு : மே 2016
பக்கம் : 128
விலை : ரூ.100/-

வெளியீடு
டிஸ்கவரி புக் பேலஸ்

எண் 6, மஹாவீர் காம்பளக்ஸ், முதல்தளம்,
முனுசாமி சாலை, மேற்கு கே.கே நகர்,
சென்னை - 600078. தமிழ்நாடு. இந்தியா
(பாண்டிச்சேரி விருந்தினர் மாளிகை அருகில்)

Ph : 91 44 65157525, Cell : 91 9940446650
Email: discoverybookpalace@gmail.com

ISBN 978-93-84301-17-0

வடிவமைப்பு
மௌஸ்பாய்ண்ட்
சென்னை - 600 005

அச்சு
ஜோதி எண்டர்பிரைசஸ்
சென்னை - 600 005

இந்நூல்...
எது காதல் என்றே தெரிந்துகொள்ளாமல்
காதலுக்காக உயிர்நீத்த எங்கள் தம்பி
பிரபாகரனுக்கு

நன்றி...

குடும்பத்தினர் : அம்மா, மனைவி, மகள்கள், தங்கைகள் அவர்தம் குழந்தைகள்

அண்ணன்கள் : பிச்சினிக்காடு இளங்கோ, புதுமைத்தேனீ மா.அன்பழகன், ந.வீ.சத்தியமூர்த்தி, ந.வீ.விசயபாரதி, அய்யா ஏ.பி.ராமன்

நண்பர்கள் : சி.கருணாகரசு, கி.கோவிந்தராசு, பனசை நடராசன், ஹாஜாமொய்தீன், தாம் சண்முகம், பா.திருமுருகன், நவநீதம் ரமேஷ், தியாக.ரமேஷ், ராஜு ரமேஷ், தா.மதிக்குமார், தங்கமணி, சின்னபாரதி, அகரம் அமுதன், அரங்கபெருமாள், ஈரோடு கதிர், ஷான், வேல்கண்ணன், தமிழரசி, ஆதிராமுல்லை, இ.எஸ்.லலிதாமதி, ஆர்.சி.மதிராஜ் , மு.வேடியப்பன்...

கடற்கரைச்சாலை கவிமாலை
கவிமாலைக் கவிஞர்கள்
சிங்கப்பூர்த் தமிழ் அமைப்புகள்
வலைப்பூ மற்றும் முகநூல் நண்பர்கள்

வாழ்த்துரை

நான் விரும்பும் சத்ரியனின் அடம்.

கள்ளால், கவிதையால், ஒழுக்கத்தால் எதனால் வேண்டுமானாலும் போதை கொள்ளுங்கள் பிரெஞ்சுக் கவிஞர் ஷார்ல்ஸ் போதலயர்.

இளமைப்பருவம் காலத்தைப் புரட்டிப்போடும் அல்லது காலம் இளமையைப் புரட்டிப்போடும். ஆனால், காலத்தைப்புரட்டிப்போடுவது காதல்தான்.

காதல் மையங்கொள்ளும், காதல் அழுத்த தாழ்வுநிலை உண்டாகும் களமாக; தளமாக ஆகிவிடுவது இளமைக் காலம்தான்.

தென்றல்வந்து போனதற்குத் தடமா உண்டு? என்ற கவியரசின் கவிதைமொழிக்கேற்ப காதல் தென்றலாக வந்து போவதுண்டு. அந்தச் சுகத்தை எண்ணியோ, பிறரிடம் சொல்லியோ காலம் கழிவதுண்டு. காதல் புயலாக வீசி பேரழிவுத் தடயங்களை உருவாக்கிச் செல்வதுண்டு .

இரண்டையும் தவிர்த்து கற்பனையாய்; கவிதையாய்; கனவுகளாய்; உல்லாசமாய்; பித்தாய்; பிதற்றலாய் இல்லாமல் காதலை வாழவைத்தவர்கள்; வாழ வைப்பவர்கள் உண்டு.

தம்பி சத்ரியன் வித்தியாசமானவராகத் தெரிகிறார்.

எப்படி? இவரே காதலைப் படுத்துகிறார்; வெளிப் படுத்துகிறார்.

அதன் வெளிப்பாடுதான் அடம்செய விரும்பு என்ற தலைப்பு. தலைப்பு தொன்மைச் சாயலாய், நவீன வெளிப்பாடாய் அழகுணர்ச்சியோடு அமைந்திருக்கிறது.

தலைப்பு என்பது தலைப்பூ மாதிரி இருக்கவேண்டும் என்று நான் சொல்வதுண்டு.

காதலுக்கும், கவிதைக்கும் எடுத்துக்கொள்ளும் அக்கறையைப்போலவே தலைப்புக்கும் எடுத்துக்கொள்ள வேண்டும். அந்த வகையில் அடர்த்திமிகு தலைப்பில் நூல் அமைந்துள்ளது.

உழைத்தும், உள்ளம் விரிய சிரித்தும், உள்ளதை நல்லதாய் உரைத்தும் பழக்கப்பட்ட சத்ரியன் தன் எழுதுகோலால் அடம் செய்திருப்பதை இரசிக்க முடிகிறது.

உன் பிடிவாதம் எனக்குப் பிடிக்கும் என்பதுபோல் அடம்செய். அதுதான் என்னை உசுப்பும்; உற்சாகமூட்டும்; என்னையே என்னை வியக்கவைக்கும் என வேண்டியும், அன்பு கட்டளையிட்டும் காதல்மொழி நடனங்களை நடத்திக் காட்டியிருக்கிறார்.

ஒவ்வொருவர் வாழ்விலும் யார் காதலி? ஆகிறார் என்பதற்கு நல்ல விடைதான்

எப்போதும்போல்
இயல்பாகப்பேசிச் சிரிக்கும்
தோழிகள்
தோழிகளாகவே இருக்கின்றனர்
அதைக்கண்டு
சிறுகோபம் கொள்ளும் நீ
காதலியாகிக்கொண்டிருக்கிறாய்

காதல் மனம் எதைச்சுமக்கிறது? எப்படியெல்லாம் சுமக்கிறது? எப்படியொரு கனமான மனத்தோடு காலம் கடத்துகிறது என்பதை மிக அழகாக...

கூடுகட்ட உகந்த
துரும்புகள் தேடிச்சேகரிக்கும்
ஆண்குருவிபோல
உன் செய்கைகள் யாவற்றையும்
சேகரித்து
குறுக்கும் நெடுக்குமாக அடுக்கி
கூடமைத்து
அதில் உன்னையே கிடத்தி
அடைகாக்கிறது மனம்

இப்படிக் கவிதா உணர்வுகளும் காதல் உணர்வுகளும் நிரம்பி வழியும் இந்தக் காதல் பெட்டகத்தைத் திறந்து பார்க்கவும், பார்த்து ரசிக்கவும், படித்து ருசிக்கவும் முடிகிற தருணங்கள் அதிகம்.

ஓர் ஆக்கத்திற்காக; உயிர்ப்போடு திகழ; சாதனைகள் படைக்க; கவலைகளை மறக்க; இப்படி உறவைப்பிரிந்து வாழும் வாழ்க்கைக்கு பிரெஞ்சுக்கவிஞன் போதலயர் சொன்னதுபோல் நமக்கு ஏதோ ஒருவகையில் போதை தேவைப்படுகிறது.

அது காதலாகிறபோது கவிதையாகிவிடுகிறது. அது கவிதையாகிறபோது இலக்கியத்திற்கு வரவாகிவிடுகிறது. அந்த வரவை நேர நெருக்கடியில் கணக்குப் பார்த்தபோது குறித்து வைத்தவை அதிகம். குறிப்பிட்டுச்சொன்னவை குறைவு.

மன நிறைவைத்தரும் கவிதைகள் படைத்திருக்கும் தம்பிக்கு வாழ்த்தும் பாராட்டும்.

அன்புடன்
பிச்சினிக்காடு இளங்கோ
(தமிழ்தான் தமிழரின் முகவரி)

காதல்

எழுதித் தீராதது
எழுத எழுதத் தீராதது

காதலைப்பற்றி காலங்காலமாக ஆளாளுக்குச் சொல்கின்ற வரையறைகள் எல்லாம், குருடர்கள் நால்வர் தடவிப்பார்த்து ஆளுக்கொரு விதமாக யானையின் உருவத்தைச் சொன்னதைப்போல் தான். காதல் என்னும் பேராற்றலின் முன் யாவரும் இங்கே குருடர்கள்தான். நானும் ஒரு குருடன் என்பதை ஒப்புக்கொள்ளும் முயற்சியின் விளைவே இத்தொகுப்பு.

பூமிப்பந்தைப் புரட்டிப்போடும் நெம்புகோலாகக் கையாளாமல் இப்புவியெங்கும் வியாபித்திருக்கும் காதலரின் புரையோடிய இதயங்களைச் சற்றே வருடிக் கொடுக்கும் ஒரு மயிலிறகாகவே என் எழுதுகோலைப் பயன்படுத்தி இருக்கிறேன். படிக்கும்போதோ, படித்து முடிக்கும்போதோ உங்கள் அநுபவ வடுக்களை நிச்சயம் வருடிக் கொடுக்கும் என்று நம்புகிறேன்.

ஆதாம் தன் விலா எலும்பிலிருந்து ஏவாளை ஏற்படுத்திக் கொண்டதைப்போல, என் விருப்பத்திற்கெல்லாம் இசைந்து கொடுக்கும் ஓர் ஆசைக்காதலியை ஆழ்மனத்தில் உருவாக்கி அங்கேயே அவளை அடைகாத்து புறமனக் கதவுகளைப் பூட்டிக்கொண்டு அவளுடன் பேசிய அல்லது ஒளிந்து மறைந்து ஒளியாட்டம் காட்டிய அவளைக் காணாத போதில் கலக்கமுற்று

தனக்குத்தானே பேசிக்கொண்டதை எழுத்துகளாக வார்த்தெடுத்து உங்கள் கைகளில் கொடுத்து விட்டேன். இனி,

படிக்கும் உங்களில், முதிர்ந்த இதயத்துக்குச் சொந்தக்காரர் நீங்கள் எனில் பின்னோக்கிப் பயணிக்கலாம். முற்றா இதயத்துக்குச் சொந்தக்காரர் எனில் முன்னோக்கிப் பயணிக்கலாம். அல்லது இரு சாராரும் இளக்காரச் சொற்களால் என்னைத் திட்டலாம்.

இந்நூலின் வரவால் என்ன நன்மை விளைந்துவிடப் போகிறது? என்ற கேள்வி என்னுள் எழாமலில்லை. அதற்கு, நம் மொழியை விட்டு விலகியோடும் பதின்ம வயதினரைத் தமிழ்ப் படைப்புகளின் பக்கம் ஈர்க்கும் தூண்டில் புழுவாகத்தான் காதல் கவிதைகளைப் பார்க்கிறேன். ஒருமுறை சுவை கண்டுகொண்டவர்களின் மனம் இலக்கிய முள்ளில் சிக்கியே ஆகவேண்டும். மெல்லமெல்ல நம் பண்டைய இலக்கியங்களின் நதிக்குள் அவர்களை மடைதிருப்பிவிட இதுதான் சிறந்த வழியாக இருக்குமென்ற ஒரு பதிலை என் மனம் முன் வைத்தது. ஏற்றுக்கொண்டேன்.

இத்தொகுப்பை வாசிக்க வாய்த்தவர்கள் உங்கள் கருத்துகளை உளிகளாக அனுப்புங்கள். மேலும் என்னை மெருகேற்றிக் கொள்ள உதவும்.

நன்றியுடன்,

சத்ரியன்
ramheartkannan@gmail.com

தொடர்புக்கு :- +65 9623 5852 (சிங்கப்பூர்)

தன்னுடையதைவிட
தன் துணையின்
மகிழ்ச்சியை
முக்கியத்துவம்
வாய்ந்ததாக
எண்ணுவதே
காதல்
♥
எச். ஜேக்ஸன் பிரௌன்

யாருக்கோ என்றால்
வாழ்த்துச் சொல்லலாம்
உனக்கு மட்டும் தானே
சொல்லப்போகிறேன்
ஆதலால்
ஐ லவ் யூ

♥

எப்போதும் போல்
இயல்பாகப் பேசிச்சிரிக்கும்
தோழிகள்
தோழிகளாவே இருக்கின்றனர்
அதைக்கண்டு
சிறு கோபம் கொள்ளும்
நீ
காதலியாகிக் கொண்டிருக்கிறாய்

♥

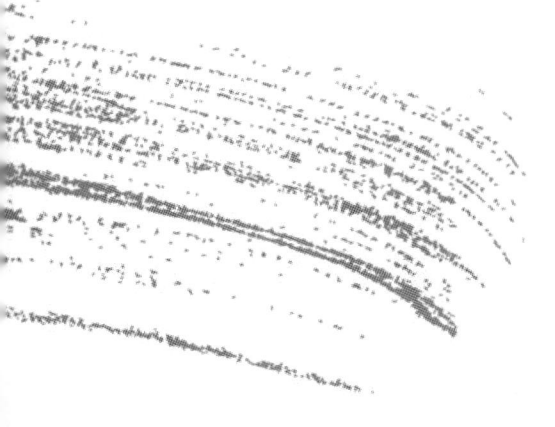

முக்கனிகளில்
முதற்கனியை
ஈக்கள் மொய்க்கும்
வண்டு மட்டுமே துளைக்கும்

நீ
முதற்கனி

எழுதுகோல்
வாங்கும்போதெல்லாம்
எதற்கு உந்தன்
பெயர் எழுதினேன் என்பதை
இன்று தான் உணர்ந்தேன்
கவிதை
எழுதத் தவழ்ந்திருக்கிறேன்
♥

சளி பிடித்திருக்கும் நாட்களில்
பச்சைநிற உடை அணியவேண்டாம் நீ
சிவந்திருக்கும் நுனிமூக்கும்
அணிந்திருக்கும் பச்சை தாவணியும்
கிளியாக்கி விடுகிறது
உன்னை

❤

இன்றென்ன
காதல் ஜெயந்தியா

என்
வீடெங்கும்
உன்
கால் தடங்கள்

❤

கவிதைக்குள்
உன்னை
நிலவாக்கி வைப்பது
எளிதல்ல எனக்கு
வளர்வதும் தேய்வதுமாய்
இருக்கிறது கவிதை

♥

கூடுகட்ட உகந்த
துரும்புகள் தேடிச் சேகரிக்கும்
ஆண்குருவி போல
உன்
செய்கைகள் யாவற்றையும்
சேகரித்து
குறுக்கும் நெடுக்குமாக அடுக்கி
கூடமைத்து
அதில்
உன்னையே கிடத்தி
அடைகாக்கிறது
மனம்

♥

என்னை
வீழ்த்தும் ஆயுதம் செய்ய
பத்து மாதம் தேவையாய் இருந்திருக்கிறது
என் அத்தைக்கு
அந்த
ஆயுதத்தைக் கூர் தீட்ட
எண்ணிரண்டு ஆண்டுகள்
தேவையாய் இருந்திருக்கிறது
காலத்திற்கு
அந்த
ஆயுதத்திற்கு என்னை இரையாக்க
ஒரேயொரு நொடிதான் தேவையாய் இருந்தது
காதலுக்கு

♥

இதைச் சொல்ல
வெட்கம் என்ன
வேண்டிக் கிடக்கிறது
நாங்கள்
அதிகம் பறிமாறிக்கொண்டது
சொற்கள் இட்டு அடைக்கப்பட்ட
மௌனப் பார்வைகள் மட்டும் தான்

♥

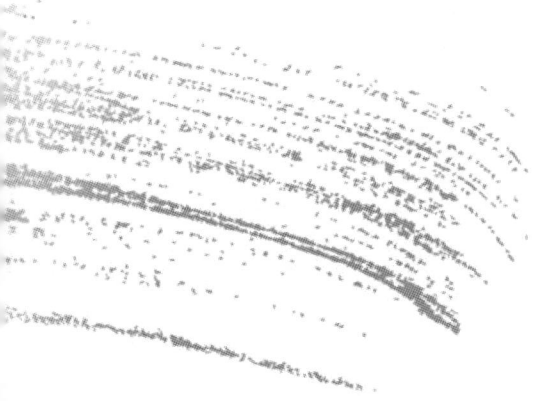

தொலை தூரத்தில்
மலை முகட்டினைப் போர்த்தியிருக்கிறது
வெண்மேகம்

ரசித்துத் திரும்புகையில்
மிக நெருக்கத்தில்
எனைக் கடந்து போகிறாய்
வெண்தாவணி உடுத்தி

அவள்
காதல் வயப்பட்டிருக்கிறாள் போல
அவளைக்
கடந்து போகையில் வீசுகிறது
காதல் வாசம்
♥

உன் விழி சிந்தும் நீரை
என் விழியால் ஏந்த வேண்டும்

♥

வராத
காக்கைக்காகக் காத்திருந்து
சோறு வைக்கும்
புண்ணியவதிக்குப் பிறந்தவளா நீ

இரக்கமற்றவளே
எவ்வளவு நேரம் தான் காத்திருப்பேன்
நீ
வரும் பாதையில்

♥

குஞ்சுகளுக்கு
இரையூட்டி விட்டு
விருட்டென
பறந்து போகும்
தாய்க்குருவியைப்போல
அஞ்சல்பெட்டிக்குக் கடிதத்தையும்
என் நெஞ்சத்துக்குக் காதலையும்
ஊட்டிவிட்டு
விரைந்து விட்டாய்
அடுத்தடுத்த நாளும்
அஞ்சல்பெட்டிக்குக்
காவல் காக்க
சூனியம் வைத்து விட்டாய் எனக்கு

♥

எழுதுகோல் ஒன்று
இரவல் கேட்டேன்
கண்களை மூடிக்கொண்டு
கையை விரிக்கச் சொன்னாய்
விரித்திருந்த உள்ளங்கையில்
கிள்ளி விட்டுக் கொடுத்தாய்
திருப்பித்தரும் நேரம்
நெருங்கிக் கொண்டிருக்கிறது
நீயும்
கண்களை மூடிகொண்டு
கை விரித்து நிற்க வேண்டும்

♥

நீ தந்த
மயிலிறகை
அடைகாக்கும் புத்தகத்தை
அவ்வப்போது பிரித்துப் பார்ப்பது
குஞ்சுகள் பொறித்திருக்குமா
என்பதற்காக அல்ல
அப்படியே இருக்கிறதாவென
உறுதிப்படுத்திக் கொள்ளவே

♥

குறுநகையால்
தாக்கி விட்டுப் போகிறாய்
புரிந்துகொண்டேன்
பூவிலிருந்தும்
மின்சாரம் தயாரிக்கும்
சூத்திரத்தைத்
தன்னுள்
பொத்தி வைத்திருக்கிறது
இக்காதல்

♥

கொஞ்சநேரம்
உன்
கண்களை மூடிக்கொள்

பட்டாம்பூச்சி
பிடிக்கும்
என்
இலக்கு மாறிவிடும்
அபாயம் தெரிகிறது

ஐந்தில் வளையாதது
ஐம்பதில் வளையுமோ
வளையாதோ தெரியாது

அரும்பு மீசை பருவத்தில்
வளைத்தது என்னை
உன்
காதல்
♥

உன்னைப் பின் தொடர்ந்த
ஆறுமாத காலம்
அநாயசமாகக் கடந்து விட்டது

நாளை
உன்னுடன் பேசவேண்டுமென
நீ சொன்னதிலிருந்து
நகர்வேனா என
அடம் பிடிக்கிறது
இன்றைய ஒரு பொழுது

♥

காதலும்
கடவுளும் ஒன்றல்ல
'வரம் தர நேரில் வருகிறேன்
காத்திரு' என
கடவுளே சொன்னாலும்
ஒப்பாத நான்தான்
உன் வருகைக்குக்
காலம் கடுக்கக் காத்திருகிறேன்

♥

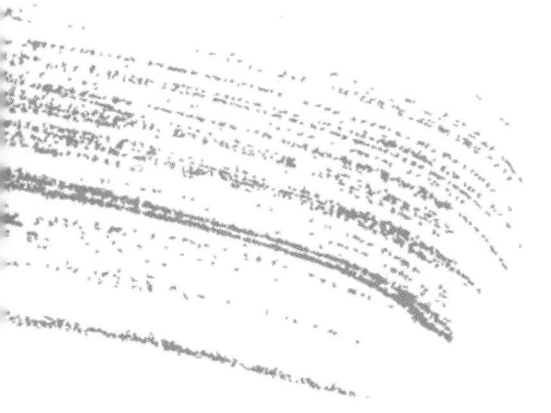

பனிக்குட நீர்
கசிவுடன் வெளியேறும்
சிசுவினைப் போல
உந்தியிலிருந்து
மெல்ல மேலேறி வருகிறது
அந்தச் சொல்
எந்த நேரத்திலும்
வந்து விழலாம்
ஏந்திக்கொள்ள தயாராயிரு

♥

கூடுடைத்து
பிறப்பெடுக்கத் தவிக்கும்
பட்டாம்பூச்சியின்
பேரவஸ்தையாய் இருக்கிறது
தொண்டைக்குள்
சிக்கித் தவிக்கும்
உனக்கான
ஒரு சொல்
♥

பொய் பேசும்
உன்
உதடுகளையே
மெய் மறந்து
உள்வாங்குகிறதென்
கண்கள்

♥

இதுவரையில் கண்டதில்லை
இம் மலர்வகையை
அதில் நீண்டிருந்த
இரு சூல்தண்டு ஈர்த்தது என்னை
ஒன்று நீயானாய்
மற்றொன்று நான்
இப்போது என் வியப்பெல்லாம்
சூழ்ந்திருந்த அல்லி வட்டம்
அவிழும் வரையில்
உள்ளுக்குள்
எப்படி இருந்திருப்போம்

♥

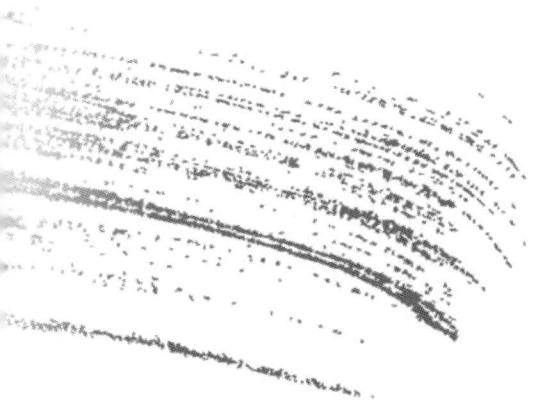

சுவற்றுப் பல்லியாய்
காத்திருக்கிறது
உன் காதல்
எளிதாய்
சிக்கிக் கொள்கிறது
என் கண்கள்

கெண்டைகள் வாழும்
குளம் அது
நீ
மீன்கள் பார்க்க வந்திருந்தாய்
நான்
கண்கள் பார்க்க
♥

திணைவனம் - காதல்
பசித்த குருவி - நான்
கவண் - உன் விழி
பீறிட்டு வரும்
கற்கள் உன் பார்வை

இதயத்தை
அமைதியாய் இருக்க விடுவதில்லை
அடங்காப் பிடாரி தான்
நீ
♥

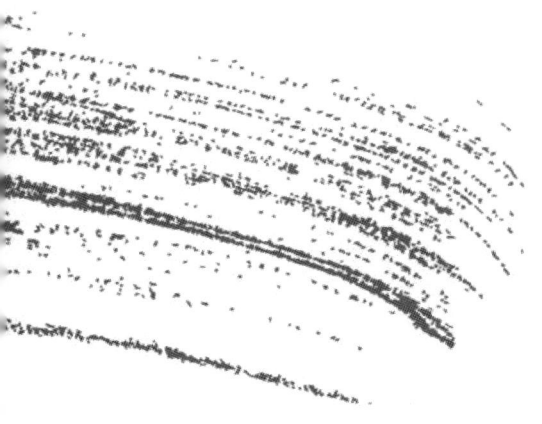

அரும்பு மீசையைச்
சுயமாய்
முதன்முறைச் சவரம் செய்தவனின்
முகத்துக் கீறல் தழும்புகள் போல
அடித்தல் திருத்தல்களுடன் தான்
இருந்தது
அவள் எனக்கெழுதிய
முதல் கடிதம்

♥

உன்
கவிதைகளின்
எழுத்துப்பிழைகளை
இறுக்கி அணைத்தபடி
படுத்திருக்கிறேன்
அதே கவிதையின்
பிற சொற்கள்
பின்புறம் வந்தென்னை
பிடித்திழுப்பதைப் பார்
என்னில்
உனக்கு நீயே
எதிரி

♥

மதுவிலக்கு கவிதையொன்றை
எழுதிக் கொண்டிருக்கையில்
இவள்
இதழ்கள் ஏன்
ஏளனமாய்ச் சுழிக்கின்றன

♥

என்
கன்னப் பருக்குழிகளை
எண்ணிக் கொண்டிருந்தாயே
எண்ணிக்கையை
எப்போது
சொல்வதாய் உத்தேசம்

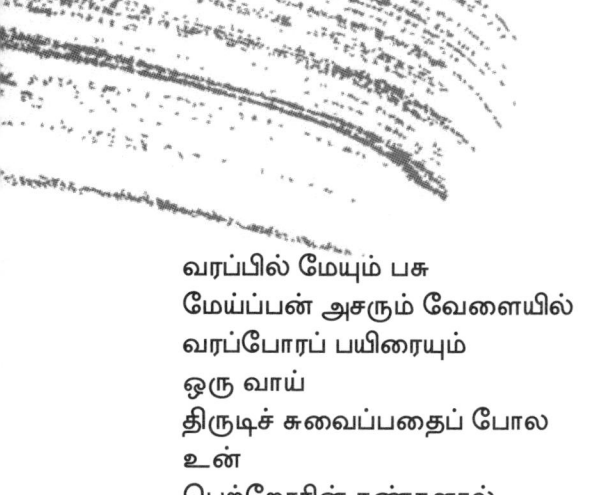

வரப்பில் மேயும் பசு
மேய்ப்பன் அசரும் வேளையில்
வரப்போரப் பயிரையும்
ஒரு வாய்
திருடிச் சுவைப்பதைப் போல
உன்
பெற்றோரின் கண்களால்
கட்டுண்டிருந்த போதும்
ஓரக்கண்ணால் ஒருமுறை என்னை
ஆழப்பறித்துக் கொண்டு
நீ
அகல்வதில்
சுழல்கிறது என் உலகு

♥

உன்
கண்களின் மொழியைப்
புரிந்துகொள்ளும்
வல்லமை
என்
தேகத்தின் ஒவ்வொரு
செல்லிற்கும் உண்டு
♥

இமைகளை இழுத்து
பின்னுக்குத் தள்ளி விட்டு
கண்களின் மேல்
கவிழ்ந்து படுத்துக்கொள்கிறது
உன்
காதல்

♥

நடப்பாய் என்றெண்ணித்தானே
நடைபாதையில்
விரித்திருந்தேன் மனதை
திடலென நினைத்து
திமுதிமுவென
ஓடி விளையாடுகிறாய்
நீ
♥

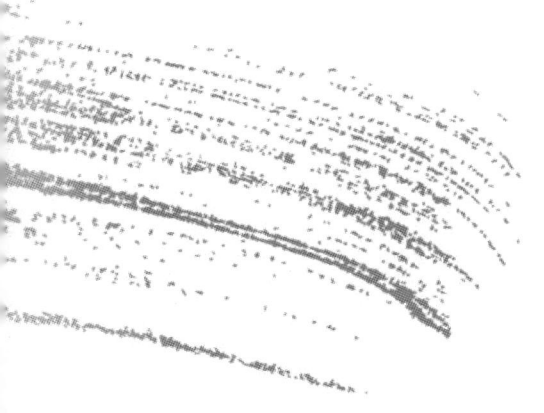

முத்தத்தை ஏற்க
முந்திக்கொண்டு முன் வருவது
உன்
முன் நெற்றி

பாவம்
இதழ்களுக்கு
எப்போதும் இரண்டாமிடம் தான்

அச்சம் விடு
அடுத்த
ஆதம் ஏவாள்
நாம் தான்

உன்
கண் மோதியே வீழ்ந்திடாத
நானா
விண்கல் மோதி
மாய்ந்து விடப் போகிறேன்

♥

நுனிப்புல்லில்
அரும்பியிருக்கும்
பனிமுத்துகளைப் பறித்து
கோத்துக் கொண்டிருக்கிறேன்
உன்
மணிக்கழுத்திற்காக

♥

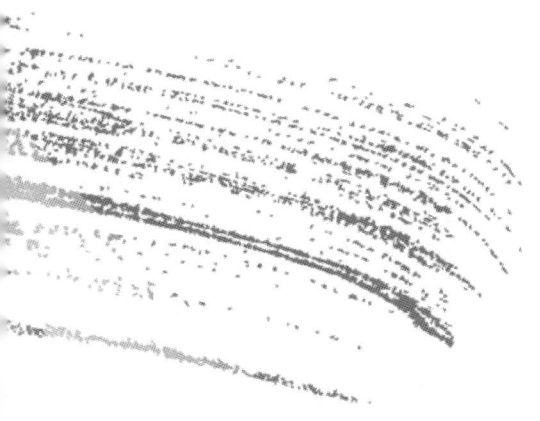

அக பை
திருடியதற்கே
ஆயுள் தண்டணை விதித்த
கொடுங்கோல் அரசி
நீ

முளிதயிர் பிசைந்த
காந்தள் மெல்விரல்
எவ்வாறிருந்திருக்கும் என
ஐயமுற்றிருந்தேன்
கவிதை பிசைந்த
உன்
கைவிரல்
என் கன்னத்தைக் கிள்ளும் வரை
♥

இலை
காம்பு
அல்லிவட்டம்
புல்லிவட்டம்
சூல் பை
மகரந்தக்குழல்
மலரின் பாகங்கள் இவை
மலரா நீ

மலர் தான்
நீ
அசைவ மலர்

♥

மண்ணையும்
என்னையும் தவிர
உன் பாதத்தைப் பார்த்தவர்கள்
இங்கு
யாருமில்லை

♥

நீ
கூந்தல் உலர்த்தி
சிக்கெடுப்பதைக் கண்டு
சிறகு உலர்த்திய
சிட்டுக்குருவி
நீ
பூ தொடுப்பதைக் கண்டு
செய்வதறியாது திகைக்கிறது

♥

நெடுநாள் கழித்து ஊர் திரும்பும்
தலைவனுக்காகக்
களையக் களையத்
தன்னை
அலங்கரித்துக் காத்திருக்கும்
தலைவியைப்போல
மலர்த்த வரும் அந்திக்காக
நாள் முழுதும்
தன்னை
மெருகேற்றிக் கொண்டிருக்கிறது
மல்லிகை

♥

எச்சில் முத்தங்களை
சித்தெறும்பினைப் போல்
சேகரிக்கிறாள்
சிறுவாட்டுக்காரி

பிரிவு காலத்திற்கான
சேமிப்பாயிருக்கலாம்

விரகத்தில் தவிக்கிறது
கொடிமல்லிப் பூக்கள்
விரைந்து வரத் தெரியாதா
தாய்வீடு சென்ற
உனக்கு

♥

வராது
வந்த மாமழை
வந்த வேகத்திலேயே
திரும்பி விட்டது
நீயற்ற ஊரில் பெய்து
என்ன பயன் என்ற
எண்ணமோ என்னவோ?

♥

கரையில் அமர்ந்து
குளத்தில்
கல்லெறிந்து கொண்டிருக்கிறேன்
உன்
கால் விரல்களுக்குச்
சொடுக்கெடுத்தது
நிழலாடுகிறது மனத்தில்
♥

ஒளி மங்கிய விளக்கின்
திரியைத் தூண்டும்
துரும்பு போல
என்னில் மங்கும்
உன்
நினைவைத் தூண்டுகிறது
இந்த மழைக்காம்பு

♥

இசைத்துக் கொண்டே
இழைக்கிறது மரங்கொத்தி
புல்லாங்குழலாகும்
புளகாங்கிதத்தில்
துளைவிழும் போதே
இசையெழுப்புகிறது
மரம்

♥

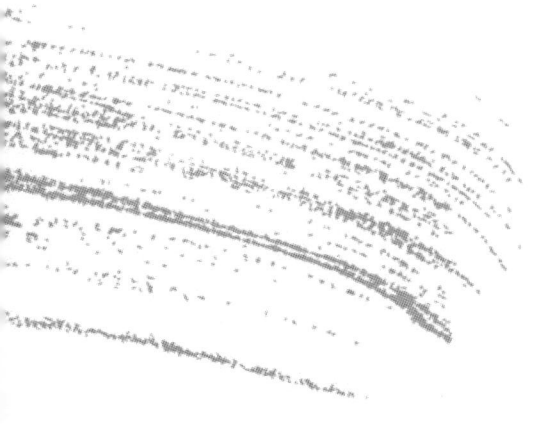

நேரம் கடத்த
சின்னஞ்சிறு கற்களெடுத்துக்
குளத்து நீரில் எறிந்து கொண்டிருந்தேன்
எனக்கு
நிழல் விரித்துக் கொண்டே
பழுத்த இலைகளைக்
கிள்ளியெறிந்து கொண்டிருந்தது மரம்
என்னைப் போலவே
மரமும் உன் வருகைக்காகக்
காத்திருக்குமோ

♥

இளைப்பாற
நிழற்பாய் விரித்தும்
தலை சாய்க்க
வேர்க்கால்களை நீட்டியும்
கிச்சுகிச்சு மூட்ட
சிலுசிலு காற்றையும்
சேகரித்து வைத்துக் காத்திருக்கிறது
குல்மொஹர் மரம்
நீயும் வா

♥

கடவுளின்
படைப்புத்திறன்
குன்றி விட்டிருக்கிறது

உன்
சாயல் இல்லாத ஒன்றை
இதுநாள் வரை
படைக்கவே காணோம்

♥

காதல்
முள்ளம்பன்றி

இரண்டும்
மிக
மென்மையானவை
பிறக்கும் போது

♥

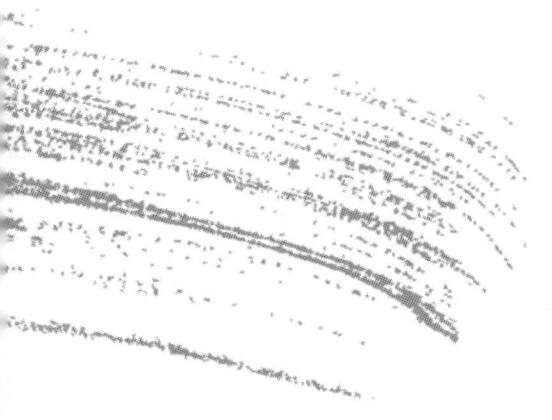

முகை மெல்ல
இதழ் அவிழ்ப்பதைப்போல
மெல்ல விஷமாகிக் கொண்டிருக்கிறது
உன் அன்பும்

கம்பியை
பழுக்கக் காய்ச்சி
துளையிடும் போது
வலிக்காமலில்லை
பொறுத்துக் கொள்வதெல்லாம்
உதடு வைத்து
ஊதி மகிழ்வாயே
அதற்காகத்தான்
♥

கரையை
உடைக்க முடியாமல் இல்லை
உடைக்கக் கூடாது என
கண்ணியம் காக்கிறதென்
கண்ணீர்

♥

தலைவனின்
தழுவலிலிருந்து
போலியாய் நழுவ முயலும்
தலைவியைப் போல்
திரியின் நுனியில்
நெளிகிறது
சுடர்

♥

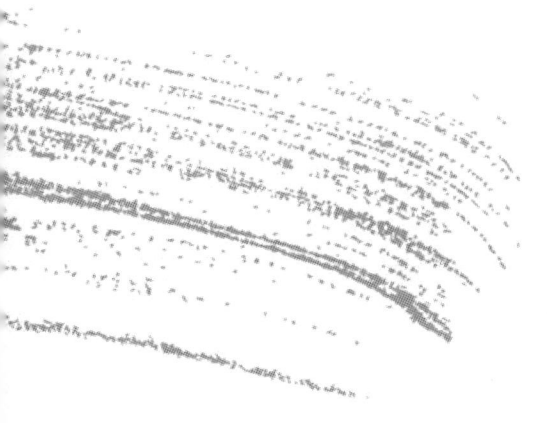

நீயாகி
நெளிகிறது
ஊதுபத்திப் புகை

நெளிவின் சுழல்கள்
நினைவூட்டுகிறது
உன்
ஆலிலை வயிற்றின்
நாபிச்சுழியை

♥

அவள் குறிப்பு

சுட்ட கருவாடு போல
பசியூட்டும் பேச்சுக்காரி
பழஞ்சோற்று நீர் போல
உயிர் மீட்டும் பாசக்காரி
கருவேல முள்
கண்ணுக்காரி
மகுடி கன்னக்காரி
மாந்தளிர் உதட்டுக்காரி
பொந்திருந்து தலை நீட்டும்
கிளி மூக்கு நாக்குக்காரி
சிலந்திவலை கொண்டே
விலாங்கு பிடிக்கும்
வித்தைக்காரி

சுருங்கச் சொல்வதென்றால்
பூ
வண்ணம் பூசிய
தீ கோபுரம்
அவள்

என்
இரவை
யாரேனும் இரவல்
வாங்கிச் செல்லுங்கள்
அவள்
இல்லாது
இந்த இரவை
வைத்துக் கொண்டு
என்ன செய்ய போகிறேன்
♥

முத்தப் பகிர்தலின் போது
குழந்தையின் எதிர்பாரா வருகையால்
தலைவனை உதறும்
தலைவியைப் போல
என்னைக் கண்டதும்
வண்டை
விருட்டென விலக்குகிறது
பூ
♥

ஓடிப் பிடித்து விளையாடும்
ஓர் அணில் இணையைக் கண்டேன்
முட்டி மோதி விளையாடும்
வெள்ளாட்டு இணையைக் கண்டேன்
பறந்து பிடித்து விளையாடும்
ஒரு பறவை இணையைக் கண்டேன்
பறந்த நிலையில் உறவு கொள்ளும்
பட்டாம்பூச்சிகளைக் கண்டேன்
ஒரு களவுப் பொழுதில்
நாம் களைந்து கிடந்த
நினைவில் மூழ்கி
இறந்தேன்

♥

என்
தோள் சுவைக்கவிருந்த
உன்
விழித் தேனின் உவர்ப்பையெல்லாம்
ஒரு
மூலையில் உறிஞ்சிக்கொண்ட
துப்பட்டாவைத்
தீயிட்டுக் கொளுத்தாமல் விடமாட்டேன்
♥

என் கடமை
நின்னைக்
காதல் செய்து கிடப்பதே

♥

நடை சாத்திய பின்
வந்தேன் என்பதால்
காதடைத்து அமர்ந்திருக்கிறது
என் கடவுள்
காது மட்டுமல்ல
கோயிலையே அடைத்துக்
கொண்டாலும் சரி குலதெய்வமே
உன்னையன்றி
வேறிடத்தில் கோர மாட்டேன்
என் வேண்டுதலை

♥

சூரியன்
சந்திரன்
மண்
மரம்
மலை
மழை
மலர் - என
ஆதி முதல்
இயற்கையைத்தான்
வணங்கி வருகிறான் மனிதன்
மலர்
மலர்ப்பாதம்
வெவ்வேறா என்ன

♥

இது
முன்பனிக்காலம்
அந்தியிலேயே ஆரம்பி
உன்
ஊடலை
♥

ஊடல்
யுத்தத்தில்
நீ
கையாளும்
முதல் ஆயுதம்
மௌனம்

♥

நான்
நீ
நள்ளிரவு
நடுவில்
நந்தியாய்
ஊடல்

♥

ஊடல் பொழுது
நீண்டபடி இருக்கிறது
எங்கே போய்த் தொலைந்தன
பல்லிகளும்
கரப்பான் பூச்சிகளும்

♥

உடைப்பெடுத்த ஊற்று போல்
நினைவில்
உன்னையே சுரக்கிறது
நீடிக்கும் ஊடல்

♥

ஊடலின் உச்சத்தில்
கடைசிக் குறள் தான் கதி

♥

ஒற்றைப் பாயில்
ஊடல் சுவர்
ஓங்கி வளர்ந்த வண்ணமிருக்கிறது
தீயாகிக் கொண்டிருக்கும்
தேகங்கள் இரண்டும்
தகர்க்கக் கூடும்
அதை

♥

தேர்ந்தவனுக்குத் தெரியும்
கரும்பினை
நுனியிலிருந்து சுவைக்கும் சூத்திரம்
♥

மத்தகத்தில் அரியாசனமிட்டு
ராணியாக வீற்றிருந்தாய்
புலவனாகக் கோட்டைக்குள் நுழைந்தேன்
உன்
மகுடம் தொடங்கி
மந்தகாச புன்னகை வழியிறங்கி
மார்மீது சறுக்கி
மடி கடந்து பாதத்தில்
ஒரு பூ உதிர்த்தேன்
பூரித்தாய்
இடை தரித்த உடைவாள்
உருவி பரிசளித்து
சமருக்குச் சம்மதம் கேட்டாய்
மகிழ்வுடன் மயிற்பீலி தந்தேன்
இனி விடியும் முன்
மருந்திடுவதே முதல்வேலை உனக்கு

❤

கதவிடுக்கில்
சிக்கிக்கொண்ட
விரல் போல
உன்
இதழிடுக்கில்
இதழ்
♥

நம் இறுக்கத்தில்
சிக்கி நசுங்கும் இருளை நினைத்துக்
கவலையுறுகிறது மனசு
இனிவரும் இரவுகளில்
மெழுகு விளக்கால்
மெல்லிய ஒளியூட்டி
இருளை வெளியேற்றி விட்டு
தாழிட்டுக் கொள்ளலாம்

♥

இரை
கொத்தித்தின்ன கோழி
தரையில் உரசி
தன் அலகினைக் கூர் தீட்டுவதைப் போல
கலவியின் உச்சத்தில்
கரடு முரடாகத் தீட்டிக் கொள்கின்றன
இதழில் இதழ்கள்

♥

நசுங்கிய
வேர்வைக்கு தான்
தெரியும்
அந்த
நரக இன்பம்

பெருமூச்சுகள்
பேசிக் கொண்டிருக்கின்றன
உற்று கேட்கும்
உங்கள் செவிகள்
செவிடாய்ப் போகக்கடவது

♥

நேசித்தவளின்
நினைவுகளுக்காகவே
தலைப்பிள்ளைக்குப்
பெயர் சூட்டுவது போல்
தலைநூலுக்கு
உன்
பெயர் சூட்டினேன்

♥

கூந்தல் பீலி
கொண்டு வா
இளம் மழை
என்னை
ஏதோ செய்கிறது

♥

பெருமழை
பேசிக்கொண்டிருக்கிறது வெளியே
ஜாமம் கடந்த
மீதி இரவையும்
பேசியே கழித்து விட்டால்
பிழையாகி விடாதா

♥

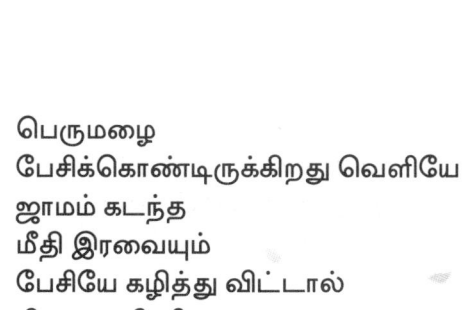

உயிர்வதை
பாவம் தான்
அதற்காக
இந்த வெள்ளியிரவை
வீணாக்கவா

♥

கொன்றால் பாவம்
தின்றால் தீருமாம்
உன்னைத் தின்பதெனத்
தீர்மானித்துவிட்டேன்

♥

நேற்றிரவு
உன்
கவிதைகளில்
ஒன்று மட்டும் பாயாகியது
மற்றவையெல்லாம்
நீயாகியது
உன்
ஊகத்தின் படியே
முழு இரவும் தீயாகித்தான் கனன்றது

♥

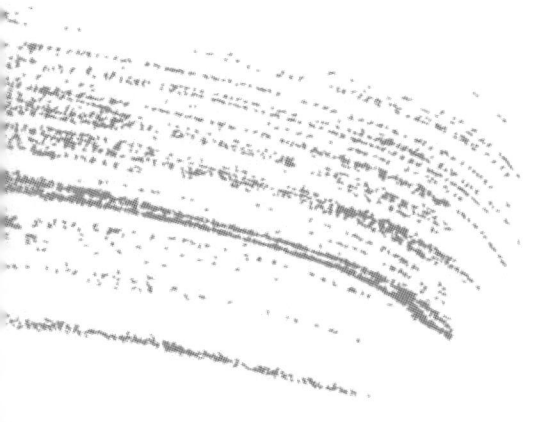

என்னை
நாணா
இருக்க விடு என்கிறாய்
நானா
மறுக்கிறேன்

மேகலையே
உன்
பாத்திரத்தைக் களவாட
திட்டமிட்டிருக்கிறேன்
ஆதிரையே
முதல் பிச்சை பெற
உன் வாசல் வர இருக்கிறேன்
கர்வத்திற்குப் பிறந்த
என்
காயசண்டிகையின்
காதல் பசியாற்ற
வேறு வழியில்லை

♥

மனைவியாக
வாய்க்கப்பெறாத காதலிகள்
பாக்கியவதிகள்
காதலனின்
மகள்களாக
மறுபிறவி
எடுத்து விடுகிறார்கள்

♥

எது
காதல்
என்பதை
தோற்றவனிடம்
கேள்

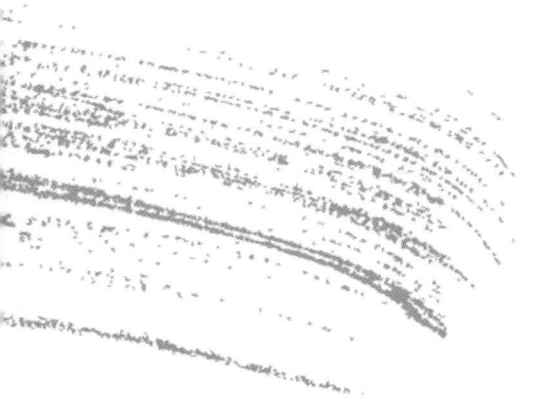

எது
காதல்
என்பவர்களுக்கு மட்டும்
ஒரு ரகசியத்தை உடைக்கிறேன்
தேடித் தொலைந்து போ
நீ
தொலைந்ததும்

உன்னெதிரில் நிற்குமே ஒன்று
அது தான்
காதல்

♥

மின்னணுக் கதிர்களைப் போல்
கண்ணொளிக் கணைகளால்
உள்நுழையத் தெரியாதவர்களால்
ஒருபோதும்
உணரவே முடியாது
காதலை

♥

மலரிதழில் வண்ணத்தையும்
கனிச்சதையில் சுவையினையும்
எதற்கெனப் படைத்திருப்பானென
வினாயெழுப்பத் தெரியாதவர்களால்
ஒருபோதும்
உணரவே முடியாது
காதலை

♥

அசந்திருக்கும் வேளையில்
அசத்துமொரு
கள்ள முத்தமிடத் தெரியாதவனுக்கு
காதல் ஒரு கேடு

♥

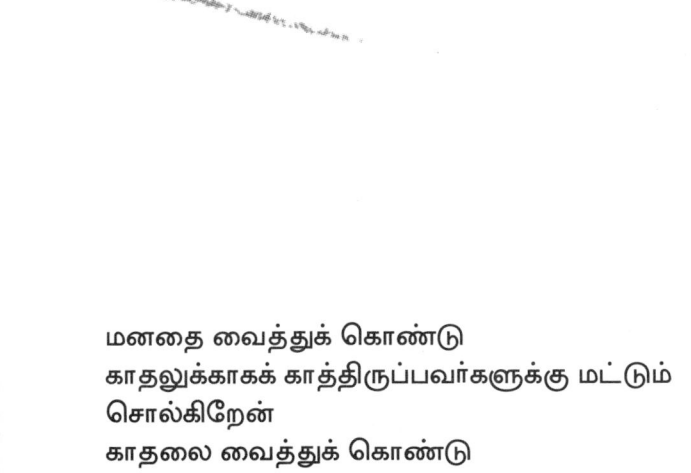

மனதை வைத்துக் கொண்டு
காதலுக்காகக் காத்திருப்பவர்களுக்கு மட்டும்
சொல்கிறேன்
காதலை வைத்துக் கொண்டு
நிர்வாணமான
இரு மனங்களுக்காகக் காத்திருக்கிறது
காதல்

♥

அடம்செய விரும்பு
ஆணவம் கொள்
இமைக்குள் இருத்து
ஈயெனச் சுற்றவிடு
உன்மத்தம் பெருக்கு
ஊரையே பேசவை
எதுவரினும் எதிர்கொள்
ஏற்றபின் விலகாதே
ஒன்றி வாழ்
ஓயாது ஊடல்கொள்
ஔடதம் கூடல்
அஃதே காதல்

♥

குயிலின் கூவல்
மயிலின் அகவல்
காக்கையின் கரைதல்
ஆந்தையின் அலறல்
யாவற்றையும் போல
எழுத்தில் அடங்காததே
காதல்

♥

கெஞ்சுதல்
காதலுக்கின்பம்

உனக்கே
உனக்கென
வாங்கி வந்த பொருளை
உன் தோழிக்குக் கொடுத்துவிடச் சொல்கிறாய்
உனக்கான காதலை

♥

மூன்றுவேளை உணவு சுருங்கி
இருவேளை என்றானது
இரண்டுவேளை உணவு சுருங்கி
ஒருவேளை என்றானது
அதுவும் சுருங்கி
அடுத்தவேளை பசி தாளாது
விதை தானியச் சட்டியை
வெறித்துப் பார்க்கும் நிலை
நெருங்கும் முன்
பொழிந்து விடு வானமே
உனதன்பை
இருப்பு குறைவது போல்
எச்சரிக்கையொலி எழுப்புகிறது
என்னிதயம்

உன்னை அறியும்
முயற்சியிலேயே
நின்று விடட்டும் என்
மூச்சு
உன்னை
எழுதியபடியே
ஓய்ந்து விடட்டும் என்
விரல்கள்
உன்னைப்
பேசியபடியே
அணைந்து போகட்டும் என்
சர்வமும்

♥

சுமைகளை
நானே சுமந்து கொள்வேன்
துயர் பகிர்தலுக்குத் தான்
உன்
தோள் தேடுகிறேன்

♥

காலனாலும்
உன்னை நெருங்க முடியாது
காரணம்
உன்னை எழுத்துகளாக
மாற்றியமைத்து விட்டேன்

♥

உன்னைப் போல் பிறரை
நேசிக்க
என்னால் முடியாது

♥

மயில்
தோகை உதிர்க்கும் நேரம் இது

♥

உறுத்தாத முத்து
நீ

♥

குகை நீ
கூகை நான்

♥

உன்
கருங்கூந்தலில்
தலைக்காட்டும்
வெள்ளியிழைகளை
நினைவூட்டும்
இவ்விரவு வானில்
ஒளிரும் விண்மீன்கள்

♥

உன்
நரைக்கூந்தல்
சரிவதைப் போல் அவிழ்கிறது
இந்த
மழைத்தூறல்

♥

உலகின்
அழகான
கொலைவாள்
உன் மௌனம்

உலகின்
உன்னத தருணம்
என் மரணம்
என்
கொலைக்களம்
நீ

கொன்று
நீயே
பெற்றெடு என்னை

❤

முதல் காதல்
எப்போது வந்ததெனக்
கேட்கிறாய்
அது
என்னோடே பிறந்தது

♥

என்
அடுத்த பிறவிக்காகக்
காத்திருந்தவளே
இதோ
இந்தப் பிறவிக்கு
நாள் குறிக்கப் பட்டிருக்கிறது

அடுத்த பிறவியில்
உன்னைக் கண்டடைய
அடையாளம்
ஒன்றைச் சொல்லிப் போ